MAAVILAI

யார் கட்டடக்கலைஞர்?

YAAR KATTADAKKALAIGNAR?

Author: Laurie Baker
Translation: Nisha Sathiyaseelan
Proofreading: S. Manivannan & Arivukkarasi Manivannan
Book design, cover design & curation: Kaushik Shrinivas
Photos obtained from COSTFORD

Published by MAAVILAI™

9/24, Vegavathi Street, Rajaji Nagar, Villivakkam, Chennai - 600049
+91-9150858008 | anjal@maavilai.com | www.maavilai.com

Translation and cover design © 2022 MAAVILAI
Original English version published by COSTFORD, Thrissur, Kerala.

First edition • Published on March 2022

ISBN: 978-81-955431-1-3
Price: INR 110.00/-

Printed by **Balaji Offset Printers**, Chennai - 600106 I +91-9444242899

அன்புக்குரிய மாவிலைக் குழுவிற்கு,

லாரி பேக்கரும் அவரின் கட்டடக்கலையும் கடைக்கோடி குடிமக்களை சென்று அடைந்து, இந்தியாவில் கட்டடக்கலை எனும் துறைக்கு வேறொரு முகம் கொடுத்தன. வளங்குன்றா கட்டடங்களின் (sustainable building) தேவை, வடிவமைப்பு மற்றும் கட்டுமானம் பற்றி லாரி பேக்கர் தன் கைப்பட எழுதிய, அழகான வரிவடங்கள் கொண்ட நூல்களின் தொகுப்பானது, நம் சமூகத்திற்கு அவர் செய்த பல ஈடு இணையற்ற பங்களிப்புகளில் ஒன்றாகும். மனித குலத்தால் விளைவாகும் காலநிலை மாற்றமும், மோசமான வானிலை நிகழ்வுகளும் உலா வரும் இன்றைய சூழலில், இந்நூல்களில் சொல்லப்பட்டுள்ள சூழல்நலக் கட்டுமான உத்திகளே காலத்தின் தேவையாக உள்ளன.

தமிழகத்திற்கு இத்தகைய மாபெரும் அறிவு களஞ்சிய நூல் தொகுப்பினை, தமிழில் கொண்டு சேர்க்கும் முயற்சியில் ஈடுபட்டுள்ள மாவிலைக் குழுவினருக்கு எங்களது மனமார்ந்த பாராட்டுகள். லாரி பேக்கர் கொள்கைகளின் பின்பற்றாளர்கள் ஆன நாங்கள், தமிழாக்கம் செய்த இந்த நூல்கள் மூலம், அவரின் கட்டுமான அறிவும், அணுகுமுறைகளும் பலருக்கும் எளிதாக சென்றடையும் என நம்புகிறோம். அத்துடன் மக்கள்—அன்பும், ஒற்றுமையும் கலந்த ஒரு புதிய கண்ணோட்டத்துடன் கட்டடங்களைப் பார்க்கத் துவங்குவதற்கும் இந்நூல்கள் விதையாக இருக்கும் என நாங்கள் நம்புகிறோம். மாவிலைக் குழுவிற்கு எங்களது இதயம் கனிந்த நன்றிகளையும் பாராட்டுகளையும் தெரிவித்துக் கொள்கிறோம். வளங்குன்றாமையை நடைமுறை ஆக்கும் உங்களின் எண்ணற்ற புதிய முயற்சிகளை ஆதரிக்க ஆவலாய் காத்து இருக்கிறோம்.

இங்ஙனம் வாழ்த்தும்,

P.B. சாஜன் மற்றும் R.D. பத்மகுமார்
COSTFORD and Laurie Baker Centre for Habitat Studies

நவம்பர், 2021
திருவனந்தபுரம்

முடிவில்லா பயணம்

ஒரு பயணத்தின் போது அதில் உள்ள பாதையையும், அதன் சிறு சிறு தருணங்களையும் ஒருவர் ரசிப்பது மட்டுமல்லாமல் தன்னைச் சுற்றி இருக்கும் சுற்றுச்சூழலையும் பெருமளவில் ரசிக்கிறார். என்னதான் அவர் நிர்ணயிக்கப்பட்ட பாதையில் செல்லவில்லை எனினும் சில நேரங்களில் அவருக்கென நிர்ணயிக்கப்பட்டு இருக்கும் இடத்திற்கு சரியே சென்று அடைகிறார்.

ஒரு போட்டியில் பங்கு பெறுபவரின் கவனம் ஆனது குறிக்கோளை மட்டுமே அடைய வேண்டுமென்று இருக்குமே ஒழிய தனது சுற்றுச்சூழலில் இருக்காது. ஒரு ஆரோக்கியமான போட்டியில் பங்கு பெறாதவர் அதில் தோல்வியடைவது மட்டுமல்லாமல் தன்னையும் இழந்து வாழ்க்கையில் பாதையற்று நிற்க நேரிடும்.

ஒருவரின் பிறப்பானது அவரின் வாழ்க்கைப் பயணத்தின் துவக்கமே அன்றி போட்டியின் துவக்கம் அல்ல. ஒருவர் பிறக்கும்போதே அவரின் வாழ்க்கைப் பயணமும் துவங்குகிறது.

ஆராய்ந்து அறியக் கூடிய அகிலம், எட்டிப் பிடிக்கக் கூடிய கனவுகள், அடைய வேண்டிய இலட்சியங்கள், சந்திக்க வேண்டிய வெவ்வேறு மனிதர்கள் என வாழ்க்கை என்பது பல சுவாரஸ்யமான அம்சங்களைக் கொண்ட ஒரு அழகான பயணம் ஆகும். சில நேரங்களில் வாழ்க்கை எனும் பயணத்தில் சில மேடு பள்ளங்களும், தேடி அடைய வேண்டிய மலை உச்சிகளும் இருக்கவே செய்கின்றன.

தடுமாறி நின்று விடாமல் பயணிக்கும் வரை நிதானமாக பயணிப்பதில் எவ்வித தவறும் இல்லை. நிற்காமல் செல்ல முயற்சி செயினும் இடையில் நிறுத்தங்கள் இருக்கவே செய்கின்றன. எனவே, நிதானமாக பயணம் செய்யுங்கள்; மலர்களின் வாசனையை நுகருங்கள்; பயணத்தின் ஒவ்வொரு தருணத்தையும் அனுபவியுங்கள்.

பயணங்கள் ஒரே போல இருப்பதில்லை. ஒவ்வொரு நபரின் அனுபவங்களும், சென்றடைய வேண்டிய இடங்களும், விருப்பங்களும் மாறுபட்டதாக இருக்கின்றன. எனினும் இந்தப் பயணத்தை நாம் ரசிக்கவும் அனுபவிக்கவும் கற்றுக் கொள்ள வேண்டும். அனுபவங்களின் மூலம் கிடைக்கும் பாடங்களை வரமாக கருத வேண்டும்.

மகிழ்வித்து மகிழ்

பிறப்பில் அனைவரும் சமமே. ஒருவர் வளரும்போது எவ்வாறு ஒரு சமூகத்தினால் நடத்தப்படுகிறார் என்பதைப் பொறுத்தே அவரின் பண்பு, ஆற்றல் மற்றும் தனித்துவம் ஆகியவை அமையும்.

பிறர் எந்த மாதிரியான இன்னல்களை தனது வாழ்வில் அனுபவித்து கொண்டிருக்கிறார் என்பது நமக்குத் தெரியாது. எனவே, அனைவரின் மேலும் அன்பு செலுத்துவது என்பதே ஆகச் சிறந்தது ஆகும். நம்மைச் சுற்றி உள்ள அனைவரும் நம் மீது அன்பு செலுத்தும் போது வாழ்க்கை வானவில் போன்று வண்ணமயமாகிறது.

மகிழ்ச்சி மற்றும் வெற்றி ஆகிய இரண்டுமே மற்றவருக்கு ஒரு விஷயத்தை பகிர்வதைப் பொறுத்தே அமைகிறது. இந்த பகிரும் மனப்பான்மை என்பது நம் உள்ளுணர்விலிருந்து வருவது ஆகும். நாம் என்ன பகிர்ந்துக் கொள்கிறோம் என்பதைக் காட்டிலும் பகிரும் மனப்பான்மை கொண்டு உள்ளோமா என்பதே மிகவும் முக்கியமானது.

மற்றவர்களை மகிழ்விப்பது மட்டுமன்றி அவர்கள் மீது பரிவு காட்டுவதும் முக்கியமாகும். பரிவு காட்டுவது எவ்வளவு முக்கியமோ அதனைப் போல பகிர்வதும் முக்கியமாகும். நம்மிடம் மிகுதியாக ஏதேனும் பொருள் இருப்பின் அதனை மற்றவருக்கு பகிர்வதன் மூலம் அவர்களை நாம் மரியாதைக்குரியவர்களாக உணர வைப்பது மட்டுமல்லாமல் அவர்களுக்குள் ஒரு தன்னம்பிக்கை விதையையும் விதைக்கிறோம். நாம் செய்யும் இந்த செயலானது அவர்களின் மனங்களில் பெரிய தாக்கத்தை விதைப்பது மட்டுமல்லாமல் இதையே அவர்கள் மற்றவர்களுக்கு செய்வதற்கும் தூண்டுகோளாக இருக்கும். மகிழ்விப்பது பெரிதே. எனினும் உறுதுணையாக உடன் இருப்பது என்பது அதனை விட மேன்மையானது ஆகும்.

மகிழ்வித்து மகிழுங்கள்! இந்த சமூகம் மகிழ்ச்சியாக இருக்க கைகளைக் கோர்த்து ஒன்றுபட்டு செயல்படுங்கள்! விடியலில் முடியாத இரவேதும் இல்லை என்பதை உணருங்கள்!

சாருஹாசன். பி
நிறுவன உறுப்பினர்
மாவிலை

ஜனவரி 2022

Centre for Development Studies, Thiruvananthapuram

யார் கட்டடக்கலைஞர்?

ஒரு கட்டடக்கலைஞர் என்பவர் 'திட்டங்களைத் தயாரித்து அவற்றின் கட்டுமானப் பணிகளை மேற்பார்வையிடும் கட்டடப் பேராசிரியர்' என்று அகராதி கூறுகிறது.

செவ்வியல் (classical) கல்வியைப் பெற்ற ஒருவர், "பண்டைய கிரேக்கர்கள் மூன்றே 'மூன்று கலைகள்' மட்டுமே உள்ளன" என முடிவு செய்ததாகக் கூறினார். இந்த 'மூன்று கலைகள்' எவை என்று அவரிடம் கேட்கப்பட்டபோது, அவர் யோசித்து "இசை, ஓவியம் மற்றும் ஆடம்பரமான கட்டிகை (cake) தயாரித்தல் (இதில் கட்டடக்கலை ஒரு துணைப்பிரிவு)" என்று நகைச்சுவையாகக் கூறினார்.

அறுபத்தைந்து ஆண்டுகளுக்கு முன்பு, நான் எனது கட்டடக்கலை கல்வியைத் தொடங்கியபோது, எங்கள் தலைமைப் பேராசிரியர் ஒரு சிறப்புரை ஆற்றினார். அவ்வுரையின் முக்கியப் பகுதிகளை, மிகத் தெளிவாக இன்றும் நினைவில் வைத்திருக்கிறேன். நாங்கள் வாழ்ந்த நகரத்தில் பிரபலமான இசைக்குழு ஒன்று இருந்தது. அதன் உறுப்பினர்களில் பலர் தனித்துவத்தோடு இசைக்கருவிகள் வாசிப்பதில் கைத்தேர்ந்தவர்களாக இருந்தனர். இசையமைப்பாளர் (musical composer) நாட்டின் முன்னணி இசையமைப்பாளர்களில் ஒருவராக மட்டுமல்லாமல், மூன்றுக்கும் மேற்பட்ட இசைக்கருவிகளை வாசிப்பதில் கைதேர்ந்திருந்தார். எங்கள் தலைமைப் பேராசிரியர் எங்களிடம், நாங்கள் முழு தகுதி வாய்ந்த கட்டடக்கலைஞர்களாக மாறும்போது, எங்கள் நகர இசையமைப்பாளரைப் போலவே இருக்க வேண்டும் என்றார். மேலும் நாங்கள் ஓரிரு சிறப்புத் திறன்களைப் பெற்றிருந்தாலும் கூட, எங்கள் வடிவமைப்புகளையும், திட்டங்களையும், உண்மையான கட்டடங்களாக மாற்றும் கைவினைஞர்கள் மற்றும் தொழில்நுட்ப வல்லுநர்களுக்கு ஒரு வழிகாட்டியாக இருக்க வேண்டும் என்றார். அவர்களில் சிலர் ஒருவேளை கைதேர்ந்தவர்களாக அல்லது நன்கு அறியப்பட்டவர்களாக, நிபுணர்களாக இருந்தாலும், அவர்களது உதவியாளர்கள் பள்ளம் தோண்டுவது மற்றும் கலவை கலப்பது போன்ற எளிய வேலைகள் செய்யக் கூடியவர்களாகத் தான்

Centre for Development Studies, Thiruvananthapuram

இருப்பார்கள். இப்போது, ஒரு நூற்றாண்டின் மூன்றில் இரண்டு பங்கு முடிந்த பிறகும் கூட, கட்டடக்கலைஞர்களின் வேலை குறித்த என் தலைமைப் பேராசிரியரின் விளக்கத்துடன் நான் உடன்படுகிறேன். நாங்கள் கட்டடக்கலைஞர்களாக மாறியதும் எங்களிடமிருந்து என்ன எதிர்பார்க்கப்படும் என்பதை எங்களுக்கு முன்பே தெரிவித்ததற்காக எங்கள் தலைமைப் பேராசிரியருக்கு நான் நன்றியுள்ளவனாக இருக்கிறேன்.

சமீபத்தில், நான்கு தென்னிந்திய மாநிலங்களின் கட்டடக்கலைஞர்கள் மற்றும் இந்திய கட்டடக்கலை கழகம் (Indian Institute of Architects) உறுப்பினர்கள் திருவனந்தபுரத்தில் ஒரு மாநாட்டில் கூடினர். கலந்துரையாடலுக்கான கருப்பொருள்—'கட்டடக்கலைஞரின் மாறிவரும் பங்கு' (The Changing Role of an Architect). இந்த மாநாட்டிற்கு நான் தயாராகும் போது கொண்டிருந்த எண்ணங்களைத்தான் 'மக்கள் மற்றும் மேம்பாடு' (People and Development) என்ற இதழுக்காக இப்போது எழுதுகிறேன். இசையமைப்பாளர் மற்றும் மேற்பார்வையிடும் கட்டடக்கலைஞர் ஆகியோருக்கு இடையிலான ஒற்றுமையைப் பற்றி எனது ஆரம்ப கால தலைமைப் பேராசிரியர் எங்களிடம் கூறிய ஒப்பீட்டைப் பற்றித்தான் நான் பேசினேன். சில உறுப்பினர்கள் ஒப்பிடுவதில் மகிழ்ச்சியடைவதை என்னால் காண முடிந்தது. ஏனையோர் ஐம்பது ஆண்டுகளுக்கு முன்பு இது பொருந்தியிருக்கலாம் என்று கருதினர். ஆனால் முழு கட்டுமான சூழலும் இப்போது மாறிவிட்டது. கட்டுமானத்திற்கு செய்ய வேண்டிய அனைத்தும் நிபுணர்கள் மற்றும் தொழில்நுட்ப வல்லுநர்கள் உதவியால் தான் செய்து முடிக்க வேண்டும் போல தெரிகிறது. ஒரு கட்டடக்கலைஞர் இதுபோன்ற மிகவும் திறமையான நபர்கள் கொண்ட குழுவிற்கு வழிகாட்டியாக இருப்பது என்பது சாத்தியமற்றது.

மற்றொரு நபர், "பல மரம் கண்ட தச்சன் ஒரு மரத்தையும் வெட்டமாட்டான்" (Jack of All Trades is Master of None) என்ற ஆங்கிலப் பழமொழியை கூறினார். இந்த விமர்சனங்களில், சிலவற்றின் ஏற்புடைமையை என்னால் காண முடிகிறது. ஆனால் இன்று பல சூழ்நிலைகள் மற்றும் நிபந்தனைகள் இருப்பதால் பொதுவாக இப்படிதான் ஒரு கட்டடக்கலைஞர் இருக்க வேண்டும் என்று கூறுவது சாத்தியமற்றது. எனவே, மாறுபட்ட சூழ்நிலைகள்

Salim Ali Centre for Ornithology and Natural History, Coimbatore

மற்றும் நிபந்தனைகளின் பட்டியல் ஒன்றை நான் உருவாக்க விரும்புகிறேன்.

முதலில், நம் சொந்த நாடான இந்தியாவைப் பற்றி நாம் புரிந்துகொள்ள வேண்டும். இந்தியாவின் நிலபரப்பும் ஒட்டுமொத்த ஐரோப்பாவின் நிலபரப்பும் ஏறத்தாழ ஒரே மாதிரியானது. ஆனால் இந்திய மக்கள் தொகை எல்லா ஐரோப்பிய நாட்டு மக்கள் தொகையை விட அதிகமாக உள்ளது.

இந்திய மாநிலங்களில் காணப்படும் பல்வேறு வகையான கலை, கலாச்சாரம், பண்பாடுகள் போன்றவை ஐரோப்பிய நாடுகளில் உள்ளது போல் வேறுபட்டவை. ஐரோப்பாவில் குளிர்ந்த வடக்கு நாடுகள் உள்ளன. அவற்றுடன் சிறுகடல் மற்றும் பெருங்கடல் அமைந்துள்ள நாடுகளும் உள்ளன. சுவிட்சர்லாந்து போன்ற உயரமான மலைகளைக் கொண்ட நாடுகளும் உள்ளன. மேலும் பெரிய மற்றும் சக்திவாய்ந்த நாடுகளுக்கு இடையிலும், சில சிறிய நாடுகளும் உள்ளன. வாழ்க்கை முறை, தொழில்கள், மத அடையாளங்கள், கட்டடக்கலை, காலநிலை மற்றும் நிலப்பரப்புகள் போன்ற அவற்றிற்கே உரிய தனித் தன்மைகளை இந்த நாடுகள் அனைத்தும் கொண்டுள்ளன. இவையனைத்தும் ஒன்றாக பல மாநிலங்களால் இணைந்த, நமது நாடான இந்தியாவிற்கும் பொருந்தும்.

இந்தியாவில் உள்ள மாநிலங்கள், பலவகைத் தனித்துவமிக்க, அழகான கட்டடக்கலைப் பாணிகளைக் கொண்டுள்ளன. சில மாநிலங்களில் மிகப்பெரிய மாநகரங்கள் இருந்தாலும் கூட, சிறிய கிராமங்கள் ஆங்காங்கே உள்ளன. கேரளாவைப் போன்ற மாநிலங்களில் பெரிய மாநகரங்கள் இல்லை எனினும் அங்குள்ள பெரும்பாலான நகரங்கள் ஊரக இயல்புடையதாகவே காணப்படுகின்றன.

அதனால், இந்தியாவில் எல்லா வகையான கட்டடக்கலைஞர்களுக்கும் தேவை இருக்கின்றது என்று நான் நினைக்கிறேன். உயரமான பெருங்கட்டடங்கள், பிரம்மாண்டமான விளையாட்டு அரங்கங்கள், பிரம்மாண்டமான தொழிற்சாலைகள் ஆகியவற்றை கட்டியெழுப்ப கட்டடக்கலைஞர்கள் சிலர் அழைக்கப்படுகிறார்கள். அதே சமயம் சிறிய கட்டடங்களை

Colonel Jacob Residence, Thiruvananthapuram

கட்டமைக்கவும் கட்டடக்கலைஞர்களுக்கான தேவை உள்ளது. குறிப்பாக நம் சமூகத்தின் அனைத்து வகையான மக்களுக்கும் எளிய வீடுகளை கட்டமைக்க வரம்பற்ற தேவை உள்ளது. முதல் நிலைமையில், புதிய கட்டுமானங்களுக்கு பெரிய நிபுணர்களின் தேவை உள்ளது. இந்த நிபுணர்களின் வேலைகளை எல்லாம் கட்டடக்கலைஞர் அறிந்திருப்பார் என்று எதிர்பார்க்க முடியாது. மற்றொரு நிலைமையில், சிறிய கட்டடங்களை கட்டமைக்க, ஒரு கட்டடக்கலைஞர் தனித்திறமை உடையவராக இருக்க வேண்டுமென எதிர்பார்க்கலாம். மேலும் அவர் குழாய்ப்பணியாளர் (plumber), மின் பணியாளர் (electrician) போன்ற சாதாரண நிபுணர்களின் வேலைகளைப் பற்றி நன்கு அறிந்து இருக்கலாம். ஆனால், ஒவ்வொரு மாநிலத்திற்கும் அம்மாநிலத்திற்குரிய சிறப்புத் தேவைகள் உள்ளன என்பதை நாம் நினைவில் கொள்ள வேண்டும். ஒரு மாநிலத்தில் கிடைக்கும் பொருள் மற்றொரு மாநிலத்தில் கிடைக்கும் என்பதும் உறுதியல்ல.

நான் குறிப்பிட விரும்பும் மற்றொரு செய்தி உள்ளது. மீண்டும் அது எனது கல்லூரி காலத்திற்குச் செல்கிறது. நம் அனைவருக்கும் தெரியும்—நாம் கல்வி கற்ற காலத்தில் ஒரு தேர்வுக்குச் செல்லும் போது எல்லா வகையான விஷயங்களையும் மனப்பாடம் செய்ய வேண்டியிருந்தது. ஆனால் இந்தக் காலத்தில் நமது பொருட்கள், தொழில்நுட்பங்கள் அனைத்தும் ஏராளமாகிவிட்டன. இனியும் நம் மூளையில் இவ்வளவு அறிவையும் தக்க வைத்துக் கொள்ள வேண்டியதில்லை. அதற்கு பதிலாக இப்போது கணினிகளின் துணை கொண்டு சிறப்பாய் செயல்படலாம்.

ஆனால், 1930-இல் எங்களது மூளை தான் எங்களிடம் இருந்த ஒரே கணினி என்று கூறுவதில் நான் மகிழ்ச்சியடைகிறேன். எனது கல்லூரி, கல்வி உலகில் ஒரு வரலாற்றை உருவாக்கியது. கல்லூரி படிப்பின் போது மூன்றாம் ஆண்டில், எதிர்வரும் ஆண்டுகளின் இறுதி தேர்வுகளில், தேர்வு எழுதும் போது நூலகத்தைப் பயன்படுத்தலாம் என்று எனது கல்லூரி அறிவித்தது. அந்த அறிவிப்பு நாடு முழுவதும் அதிர்ச்சி அலைகளை ஏற்படுத்தியது. ஆனால் அந்த அறிவிப்பின் காரணமோ—ஒவ்வொரு ஆண்டும் அறிவு மற்றும் தொழில்நுட்பங்கள், அதிவேகத்தில் அதிகரித்தன என்பது தான். எனவே புதிய, சிறப்பான தகவல்களை எங்கு தேடுவது, எவ்வாறு பெறுவது, என்பதை அறிந்து

Laurie Baker Centre for Habitat Studies, Thiruvananthapuram

கொள்வது, இன்றியமையாததாக இருந்தது. நாம் உண்மையிலேயே புரிந்துக் கொள்ள இயலாத, பல தகவல்கள் நிறைந்த ஒரு முழு குப்பைக் கொள்கலனை நம் மூளையில் வைத்திருக்கிறோம். அவை அனைத்தும் விரிவாக நினைவில் இருக்கும் என்று ஒருபோதும் எதிர்பார்க்க முடியாது! எனவே, இவை அனைத்தும் இன்றைய கட்டடக்கலைஞருக்கு மிகவும் பொருந்தும் என்று நினைக்கிறேன்.

ஒருவர் வல்லுனராக இருப்பதில் எந்தத் தீங்கும் இல்லை. ஆனால் தேர்ந்த வல்லுனர் யார் என்பதை நீங்கள் அறிந்து கொள்ள வேண்டும். அதற்கு உங்கள் சொந்த வரம்புகளை நீங்கள் அறிந்திருக்க வேண்டும். பின்னர், வல்லுனரை எப்போது பயன்படுத்த வேண்டும் என்பதையும் அறிந்து கொள்ள வேண்டும். இந்த நவீன, நகர்ப்புற உலகில், ஒரு கட்டடக்கலைஞர் அவரது வடிவமைப்பு மற்றும் திட்டமிடல் முடிந்ததும், வல்லுனர்களின் குழுவை நம்பியிருக்க வேண்டி இருக்கிறது. ஆனால் சாதாரண நகரங்களிலும், கிராமங்களிலும் அவருக்கு அத்தகைய குழுவின் உதவியைப் பயன்படுத்தும் தேவை இருப்பதில்லை. அவற்றைப் பயன்படுத்த விரும்பவும் மாட்டார். மேலும் கட்டடத் தொழிலாளர்களின் வெவ்வேறு அம்சங்களைக் கொண்ட ஒரு சிறிய குழுவிற்கு வழிகாட்டியாக அவர் இருந்தாக வேண்டும்.

இருப்பினும் ஒரு கட்டடக்கலைஞருக்கு, குழுவின் வழிகாட்டியாக இருப்பது மட்டுமல்லாமல், அவருக்கு சில சிறப்புக் கடமைகளும், பொறுப்புகளும் உள்ளன என்று நான் தனிப்பட்ட முறையில் நம்புகிறேன்.

இப்பொழுதெல்லாம் நாம் சுற்றுச்சூழலைப் பற்றி அதிகம் பேசுகிறோம். நிறைய மரங்கள், பூங்காக்கள், பூக்கள் மற்றும் தூய்மையான காற்று போன்றவற்றை மட்டுமே சுற்றுச்சூழல் என்று பலர் கருதுகிறார்கள். ஆனால், நம்மைச் சுற்றியுள்ள அனைத்துமே நமது சுற்றுச்சூழல் என்று அகராதி கூறுகிறது. அதாவது நாம் காணக்கூடிய, நுகரக்கூடிய, கேட்கக்கூடிய விஷயங்கள், சமூக நிலைமைகள், தொற்று நோய்கள், போர், வெள்ளம், பஞ்சம், வறட்சி மற்றும் ஒரு சில இயற்கை பேரிடர்கள்—இவை அனைத்துமே சுற்றுச்சூழல் ஆகும். பெருநகரங்கள், சிறுநகரங்கள், காலனிகள், கிராமங்கள் ஆகியவற்றில் நாம் வடிவமைக்கும் கட்டடங்கள் அனைத்தும் நமது சுற்றுச்சூழலின் ஒரு பெரும் பகுதியாகும் என்பதே இதன் பொருள் ஆகும். மேலும் கலைஞர்களின் படைப்புகளான

Laurie Baker Centre for Habitat Studies, Thiruvananthapuram

ஓவியங்கள் மற்றும் சிற்பங்கள் பொதுவாக கலைக்கூடங்களில் அல்லது பணக்கார மக்களின் வீட்டுச்சுவர்களில் மட்டுமே காணப்படுகின்றன. அத்தகைய மக்களுக்கு ஓவியங்களும், சிற்பங்களும் அவர்களின் சுற்றுச்சூழலில் ஒரு பகுதியாகும். ஆனால் நாம் உருவாக்கும் கட்டடங்களோ அனைவராலும் கவனிக்கப்பட்டு திறனாய்வு செய்யப்படுகின்றன. மக்கள் நம்மால் வடிவமைக்கப்பட்டு, கட்டப்பட்ட கட்டடங்களை சுற்றுச்சூழலின் ஒரு பகுதியாகவே காண்கிறார்கள். அது மோசமானதாக இருந்தாலும் சரி, சிறப்பானதாக இருந்தாலும் சரி அப்படிப் பார்ப்பதைத் தவிர அவர்களுக்கு வேறு வழியில்லை. எனவே, என் மனதைப் பொறுத்தவரை கட்டடக்கலைஞர்களாகிய நாம், ஒரு குறிப்பிட்ட வாடிக்கையாளருக்காக மட்டும் கட்டடங்களை கட்டியெழுப்பாமல், அனைவரின் சுற்றுச்சூழலிலும் அவை மிகப் பெரிய பகுதியாகிறது என்பதையும் நினைவில் வைத்துக் கொள்ள வேண்டும். இது ஒரு புதுமையான பார்வை மட்டுமல்ல, எல்லா கட்டடக்கலைஞர்களுக்கும் உள்ள மிகப் பெரிய ஒரு பொறுப்பு என்று நான் நம்புகிறேன்.

கட்டடக்கலைஞர்களுக்கு ஒரு சமூகப் பொறுப்பு இருக்கிறது. இதன் மூலம், ஒரு கட்டடத்தை வடிவமைப்பது, வாடிக்கையாளர் மற்றும் கட்டடக்கலைஞரின் அக்கறை மட்டுமல்ல என்பதைக் கூற விரும்புகிறேன். எடுத்துக்காட்டாக—நான் தொழிலதிபருக்கோ அல்லது பணக்கார வர்கத்தினருக்கோ, ஒரு வீட்டைக் கட்டிக் கொண்டிருக்கும் போது, அநேகமாக பத்து கோடிக்கும் அதிகமான மக்களைப் பற்றியும், வீடற்ற மூன்று முதல் நான்கு கோடி குடும்பங்களைப் (புத்தகம் எழுதிய ஆண்டு 1992) பற்றியும் என்னால் யோசிக்காமல் இருக்க முடியாது. ஓராண்டுக்கு முன்பு, ஏழை, வீடற்ற குடும்பங்களுக்கு (முக்கியமாக ஊரகங்களில்) ஒரு கோடி வீடுகளை கட்டியெழுப்ப ஒரு பெரிய திட்டம் இருந்தது. அத்தகைய ஒரு வீட்டைக் கட்ட ஒதுக்கப்பட்ட பெரும் தொகை முதலில் ரூ.9,000/- மட்டுமே. என் குடும்பத் தேவைகளுக்காக எங்களிடம் இருந்த காலாவதியான பழைய குளிர்சாதன பெட்டியை மாற்ற வேண்டியிருந்தது. ஒரு புதிய, சிறிய குளிர்சாதன பெட்டியின் தொகையே ரூ.12,500/- ஆக இருந்தது. இச்சம்பவத்தை நான் சுட்டிக்காட்டிய பிறகு, ஒரு வீட்டிற்கான தொகை ரூ.9,000/- இல் இருந்து ரூ.10,000/- ஆக உயர்த்தப்பட்டது!

Loyola Chapel, Thiruvananthapuram

அதனால், கட்டடக்கலைஞர்களாகிய நாம் மிகப்பெரிய, முக்கியமான திட்டங்களில் மட்டுமே மிகுந்த ஈடுபாட்டுடன் வேலைகள் செய்துவிட்டு, மனசாட்சி இல்லாமல் சுயநலவாதிகளாக இருக்கிறோமோ? நாம் செய்யும் 'சேவைகளுக்காக' நமக்கு பணத்தை அள்ளிக் கொடுப்பவர்களை மட்டுமே கருத்தில் கொண்டிருக்கிறோமோ? நிலம், வீடு, பணம் இல்லாதவர்களை நாம் மறந்து புறக்கணிக்கிறோமோ? இது போன்ற பல கேள்விகள் என்னுள் எழுகின்றன. நிலம் மற்றும் வீட்டை அமைப்பதற்கு பத்து லட்சத்திற்கும் மேல் செலவழிக்கும் ஒவ்வொரு நபரும், இல்லாதவர்களுக்கென ஒரு வீட்டை கட்டமைக்க ரூபாய் பத்தாயிரமாவது செலவிட வேண்டும் எனும் ஒரு தனி சிறப்புச் சட்டம் இருக்கக்கூடாதா என்று நான் சில நேரங்களில் நினைத்து வருந்தி இருக்கிறேன்.

வேறுவிதமாகக் கூறினால், சமுதாயத்தின் அனைத்துத் தரப்பு மக்களுக்கும், நல்வாழ்வை வழங்கும் பொறுப்பில் கட்டடக்கலைஞருக்கு ஒரு பெரும் பங்கு இருக்க வேண்டும்.

கட்டடக்கலைஞர்களாகிய நாம் வளம்பேணல் (conservation) மற்றும் பாதுகாத்தலில் (preservation) பொறுப்பைப் பகிர்ந்து கொள்ள வேண்டும். கிட்டத்தட்ட எல்லா சிறிய மற்றும் பெரிய நகரங்களிலும் பழைய, அழகான கட்டடங்கள் உள்ளன. துரதிர்ஷ்டவசமாக, வர்த்தக முன்னேற்றத்தை விரும்புவோருக்கு ஏற்றது போல் அல்லாமல், இந்த பழைய கட்டடங்கள் பெரும்பாலும் நகரங்களின் மையங்களில் உள்ளன. அல்லது, இக்கட்டடங்கள் கடந்த 20 அல்லது 30 ஆண்டுகளில் முக்கியமான நெடுஞ்சாலைகளாக மாறிய சாலைகளின் நெடுகிலும் உள்ளன. அங்கு நில மதிப்பு வானளவு உயர்ந்துள்ளன. எனவே, நகர மேம்பாட்டில் முதலில் அழிவுக்கு உள்ளாவது, இத்தகைய பழம்பெருமை மிக்க கட்டடங்களே. உலகின் சில பகுதிகளில், இத்தகைய கட்டடங்களைக் கொண்ட குறுகிய சாலைகளை பாதசாரி வழிகளாக (pedestrian way) மாற்றியதன் மூலம் அப்பகுதியினர் பல சிக்கல்களை தீர்த்துள்ளனர். அதிக போக்குவரத்தை சமாளிக்க புதிய வாகனச் சாலையை கட்டடங்களுக்குப் பின்புறமோ அல்லது இணையாகவோ அமைத்துள்ளனர். பழம்பெருமை மிக்க கட்டடங்களை முடிந்தவரை பராமரிக்கவும், பாதுகாக்கவும் கட்டடக்கலைஞர்களுக்கு ஒரு பொறுப்பு இருக்கிறது.

Loyola Chapel, Thiruvananthapuram

மரங்கள், நீரோடைகள், ஆறுகள், தோட்டங்கள் மற்றும் புல்வெளிகளுடனான திறந்தவெளிகள் போன்ற நமது நாட்டின் இயற்கை செல்வங்களை அழிக்கவோ அல்லது அகற்றவோ கூடாது. இவற்றின் மீதான அக்கறை மற்றும் பொறுப்பு வளம்பேணலின் முக்கியமான அம்சங்களாகும். மழை தரக்கூடிய மரங்கள் (எ.கா. தூங்குமூஞ்சி மரம்), பைன் மரம், தென்னை மரம் போன்ற இயற்கை வளங்களைவிட நாம் வடிவமைக்கக்கூடிய கட்டமைப்புகள் மிகவும் அழகாக உள்ளன என நாம் தற்பெருமை கொள்கிறோமோ? இந்த வகையான செயல்கள் எதிர்பாராத உச்சங்களையும் அடையலாம். ஆனால், நாம் கட்டமைக்கும் கட்டடங்கள் இயற்கை வளர்ச்சிக்கு குறைந்தபட்ச பாதிப்பை மட்டுமே ஏற்படுத்தவதாக இருக்க வேண்டும்.

பின்னர், எஃகு (steel), சிமிட்டி (cement), அலுமினியம் (aluminium), கல்நார் (asbestos) போன்ற 'நவீன' பொருட்களின் உற்பத்திக்கு இயற்கை வளங்கள் பெருமளவில் அழிக்கப்படுகின்றன. நாடு முழுவதும் நம்மிடம் இரும்புத்தாது (iron ore) உடைய மலைகள் நிறைய இருக்கின்றன. ஆனால் எஃகுக்காக மாற்றப்படும் இரும்பு பாறைக்காக, மலைகள் குடைந்து எடுக்கப்படுவதால், அத்தகைய மலைகள் நாளடைவில் மறைந்துப் போகின்றன. குடைந்து எடுக்கப்படும் செயலானது கட்டுமான வேலைகளுக்கு இன்றியமையாததாகத் தெரியலாம். இதுமட்டுமல்லாமல், இந்த நவீன பொருட்களின் உற்பத்திக்கு ஏராளமான எரிபொருளும் (fuel) தேவைப்படுகிறது. நாம் நிலக்கரிக்காக அளவற்ற ஹெக்டர் நிலத்தை அழிக்கிறோம். ஊரகப் பகுதிகளை எண்ணெய் கிணறுகள் அமைக்க அழிக்கிறோம். சிமிட்டிக்காக (cement) சுண்ணாம்புக் கல்லை (limestone) தோண்டி எடுக்கிறோம் அல்லது வெடிக்க வைக்கிறோம். மேலும் சுண்ணாம்பு மற்றும் அதனை சார்ந்த இயற்கை வளங்களை சிமிட்டியாக மாற்ற நிறைய ஆற்றல் (energy) தேவைப்படுகிறது.

மண்ணை செங்கற்களாக மாற்ற நாம் எரிக்கும் அனைத்து மரக்கட்டைகளின் நிலை என்ன எனும் கேள்வியானது எப்போதுமே ஒரு அவலமான பதிலைப் பெறுகிறது. ஆனால் மற்ற பொருட்களின் உற்பத்திக்கும், இதற்கும் ஒரு பெரிய வித்தியாசம் உள்ளது. எரிபொருளுக்காக மரங்களை வெட்டலாம். அந்த இடங்களில் வேறு புதிய மரங்களை மீண்டும் நட்டு வளர்க்கலாம். இதனால்

Laurie Baker's Residence, Vagamon

பத்து அல்லது இருபது ஆண்டுகளில் நமக்கு தேவைக்கு அதிகமாய் மரங்கள் கிடைத்துவிடும். ஆனால் இரும்புத்தாது, சுண்ணாம்பு அல்லது பாக்சைட் (bauxite) போன்ற நமது வளங்கள் மீள் உருவாக (renew) ஒன்று அல்லது இரண்டு கோடி ஆண்டுகள் ஆகும்.

எனவே கட்டடக்கலைஞர்களான நமக்கு இருபெரும் பொறுப்புகள் உள்ளன; ஒன்று–முடிந்தவரை மிகுந்த உற்பத்தி ஆற்றல் இல்லாப் பொருட்களோயோ (energy free materials) அல்லது மீள் உருவாகும் பொருட்களைப் பயன்படுத்தியோ நாம் வடிவமைக்க வேண்டும்; மற்றொன்று–நமது வாடிக்கையாளர்கள் மிகுந்த உற்பத்தி ஆற்றல் கொண்ட பொருட்களை (energy-intensive materials) உபயோகிக்க முற்படும்போது, அவர்களுக்கு அதன் பாதகங்களைப் பற்றி கற்பிக்க வேண்டும்.

இதற்கு நிறைய எடுத்துக்காட்டுகள் இருக்கின்றன. மண்ணை எடுத்து செங்கற்கள் மற்றும் ஓடுகளாக மாற்ற மரக்கட்டைகள் பயன்படுத்துவதைத் தவிர்ப்பதற்காக சிமிட்டிக் கற்கள் (cement blocks), சிமிட்டிக் கற்காரை (cement concrete) போன்றவற்றைப் பயன்படுத்துகிறோம். மண்ணுடன் சிமிட்டியை கலந்து, சுவர் எழுப்பும் உத்தியும் புழக்கத்தில் வந்துவிட்டது. எனினும், மண்ணுடன் 5% அல்லது 10% சிமிட்டி சாந்தைப் பயன்படுத்தும்போது செங்கல் சுவருக்கு பயன்படுத்தப்படும் சாந்தை (mortar) விட அதிக அளவு சிமிட்டி அச்சுவர்களில் பயன்படுத்தப்படுகிறது. கட்டுமான வேலைகளுக்காக வெட்டப்படும் மரங்களில் மீதமுள்ள பகுதிகளையே கேரளா போன்ற மற்ற மாநிலங்களில் செங்கல் சூளைகளில் பயன்படுத்துகின்றனர். ஆனால் சிமிட்டியின் உற்பத்தியின் போது அதிகளவு எரிபொருள் பயன்படுவது மட்டுமல்லாமல், உள்ளூரில் இருக்கும் பாறைகள் மற்றும் மலைகள் சுரண்டப்பட்டு நிரந்தரமாக அழிக்கப்படுகின்றன.

தற்காலத்தில் ஒரு கட்டடக்கலைஞர் ஒரு தூய்மைவாதியாக (பாரம்பரிய விதிகள் மற்றும் கட்டமைப்பு பாணியை முழுமையாக பின்பற்ற வேண்டும் என்று வலியுறுத்தும் நபர்) இருக்க முடியாது. மரபு பொருட்கள் மற்றும் நுட்பங்களை, நவீன தொழில்நுட்ப வளர்ச்சியை உபயோகித்து, முடிந்தவரை சுற்றுச்சூழலுக்கு பாதிப்பு ஏற்படுத்தாத வகையில் பயன்படுத்த வேண்டும்.

Neerada Suresh Residence, Thiruvananthapuram

உள்ளூர் பொருட்களைப் பயன்படுத்தி, முடிந்தவரை குறைந்த உற்பத்தி ஆற்றலுடன் கட்டடங்களைக் கட்டமைத்தால், பேரிடர் எதுவும் நமக்கு ஏற்படாமல் உலகம் நீண்ட காலம் நீடித்து இருக்கும். ஆனால் கட்டடக் கலைஞர்களாகிய நாம், இவைப் பற்றிய புரிதலுடன் அல்லது விழிப்புணர்வுடன் தான் இருக்கிறோமா? குறைந்த பட்சம் இந்த கொள்கைகளைப் பொது அறிவுடன் பின்பற்ற வேண்டிய பொறுப்பு நமக்கு உள்ளது. உற்பத்தி ஆற்றல் மிகுந்த பொருட்களின் ஆடம்பரமான பயன்பாட்டைக் குறித்த ஆபத்துகளையும், முட்டாள்தனத்தையும் மற்றவர்களுக்கு எடுத்துரைக்கும் பொறுப்பும் நமக்கு உள்ளது. மேலும், நம்மால் முடிந்தவரை இயற்கை வளங்களைப் பேணிப் பாதுகாக்க வேண்டும்.

உங்கள் கவனத்திற்கு நான் கொண்டு வர விரும்பும் இன்னொரு விஷயம் உள்ளது. நமது அன்றாட சமூக வாழ்க்கையில் கலந்துக் கொள்வது, பணியாற்றுவது, மற்ற சக மனிதர்களுடன் வாழ்வது போன்றவற்றை, நாம் நல்ல நடத்தை என்று அழைக்கிறோம். மொத்தத்தில், மற்றவர்களின் தேவைகளையும், உணர்வுகளையும் கருத்தில் கொள்ள வேண்டிய அவசியத்திலிருந்து அவை உருவாகின்றன. நல்ல நடத்தையானது, சிக்கலான இயந்திரங்களை எளிதாகவும், மென்மையாகவும் மாற்றுவதற்காகப் பயன்படுத்தப்படும் மசகு எண்ணெயைப் (lubricant) போன்றதாகும். வெவ்வேறு சமூகங்களுக்கு வெவ்வேறு உணவுப் பழக்கங்கள், ஆடை அணியும் பாணிகள் மற்றும் வாழ்த்து முறைகள் உள்ளன. சில பழக்கவழக்கங்கள் நாளடைவில் தேய்ந்துப் போய் அர்த்தமற்றவை ஆகின்றன. ஏனென்றால், அவற்றுக்கான காரணம் அறியாமலேயே நாம் அவற்றைப் பின்பற்றுவது தான். உதாரணமாக–சில சமூகங்கள் அவர்களுக்காகச் செய்த எந்தவொரு சிறிய உதவிக்கும் நன்றி என்று கூறும் பழக்கம் கொண்டுள்ளனர். மேஜையில் உட்கார்ந்து உணவு அருந்தும்போது நீங்கள் உப்பு அல்லது மிளகு கேட்கிறீர்கள்; பின்னர் நன்றி என்று சொல்கிறீர்கள். மற்றொரு நாள் நீங்கள் ஒரு பள்ளத்தில் அல்லது ஆற்றில் விழ நேர்ந்தால் யாரோ உங்களை வெளியே கொண்டு வர உதவுகிறார்கள்; அவர்களிடம் உங்களைக் காப்பாற்றியதற்காக நன்றி என்ற அதே சொல்லைத் தான் நீங்கள் இன்னும் பயன்படுத்துகிறீர்கள். ஒரு சில காரணங்களுக்காக சாதாரண பழக்கவழக்கங்களுடன் இணங்குவது நல்ல நடத்தையின் மற்றொரு வடிவமாகும்.

Kollam Jilla Panchayat, Kollam

நீங்கள் ஒரு சுற்றுலாவிற்குச் செல்கிறீர்கள் என்றால் ஜீன்ஸ் மற்றும் சாதாரண ஆடைகளை (casual dresses) அணிகிறீர்கள். அதுவே ஒரு விருந்துக்குச் சென்றால் நீங்கள் ஆடம்பரமான ஆடைகளை அணிகிறீர்கள். ஆனால் அதே விருந்துக்கு ஜீன்ஸ் மற்றும் சாதாரண ஆடைகளை அணிந்து சென்றால் அது ஒரு முறையற்ற மற்றும் மோசமான நடத்தையாகக் கருதப்படுகிறது. கட்டடக்கலை மற்றும் கட்டுமானத் துறைகளுக்கும் சில நடத்தைகள் உள்ளன என்று நான் நம்புகிறேன். சாதாரண மக்கள் முடிந்தவரை குறைவான செலவில் வீடுகள் கட்ட நினைக்கும் சமூகத்தில், விலையுயர்ந்த மரக்கட்டைகள், மெருகூட்டப்பட்ட பளிங்கு (polished marble) போன்ற பொருட்களை கொண்டு சிலர் வீடுகளில் ஆடம்பரத்தை வெளிப்படுத்துவது போற்றத்தக்கது அல்ல. நமது கட்டடங்கள் இடைஞ்சலாகவோ, மிகுந்த செல்வாக்கை வெளிகாட்டும் விதமாகவோ இருக்கக்கூடாது. கட்டடங்கள் அதன் சூழலுடன் இணக்கமாக இருந்து மகிழ்ச்சியைக் கொடுக்க வேண்டும், மாறாக அதிர்ச்சியைக் கொடுக்கக்கூடாது!

மொத்தத்தில் இக்கட்டுரையின் தலைப்பு ‘யார் கட்டடக்கலைஞர்?’ என்பதாகும்.

‘ஒரு கட்டடக்கலைஞர் என்பவர் திட்டங்களைத் தயாரித்து அவற்றின் கட்டுமானப் பணிகளை மேற்பார்வையிடும் கட்டடப் பேராசிரியர்’ என்று அகராதி கூறுகிறது.

இக்கருத்து சரியாக இருக்கலாம்—ஆனால், என்னைப் பொறுத்தவரை அது அவருடைய வாழ்க்கை நெறிமுறை மற்றும் தொழில்முறையில் பத்தில் ஒரு பங்கு மட்டுமே.

திறமைகள் மற்றும் நிபுணத்துவத்தின் காரணமாக, அவருக்கு நிறைய கடமைகள் உள்ளன. குறிப்பாக ஒட்டுமொத்த மனிதகுலத்திற்குமான பொறுப்புகள் உள்ளன என்று நான் மிகவும் உறுதியாக நம்புகிறேன். ஆகவே, கட்டடக்கலைஞர் என்பவர் பொருளாதார வல்லுனர், பாதுகாவலர், சுற்றுச்சூழல் ஆர்வலர், அணித் தலைவர் மற்றும் ஆலோசகராகவும் இருத்தல் வேண்டும்.

இதோ ஒரு பேக்கரின் கடி!

நான் சரியாக நினைவில் வைத்திருந்தால், 'தாஜ்' என்பது சாராவின் மகன் (Sara's son), 'நிக்'-இன் சிறப்பு கட்டடக்கலை ஆகும். இது இப்போது 'சாராசனிக்' கட்டடக்கலை (Sarasonic architecture) என்று அழைக்கப்படுகிறது.

இந்தியாவின் அதிசயங்களில் ஒன்றாக 'தாஜ்' ஏன் அழைக்கப்படுகிறது என்று நான் அடிக்கடி யோசித்திருக்கிறேன். உண்மையில் இது ஒரு வெளிநாட்டு பாணிக் கட்டடக்கலை.

நான் இந்தியாவின் (உலகப் புகழ்பெற்ற) 'மாம்பழ பாணி' வடிவமைப்புகளைப் பற்றி ஆராய்ந்து வருகிறேன். அவை எளிமையாக மற்றும் அழகாக இருப்பதுடன் உலகப் புகழ்பெற்ற கட்டடங்களிலும் அவற்றை பயன்படுத்தலாம் என்று நினைக்கிறேன்.

அதனால், நான் 'இந்திய கட்டடக்கலை பாணி' ஒன்றினை உருவாக்கும் தீவிர முயற்சியில் ஈடுபட்டு உள்ளேன். அந்த கட்டடக்கலை பாணி, நம் இந்திய மாம்பழத்தை அடிப்படையாகக் கொண்டது. இந்த மாம்பழ பாணியை அனைத்து வகையான கட்டடங்களிலும் பயன்படுத்தலாம். நாம் ஏன் வெளிநாட்டு பாணியான சாராசனிக் பாணியில் உள்ள தாஜ் மஹாலை 'மாம்பழ தாஜ்' ஆக மாற்றிக் கட்டமைக்கக் கூடாது?

நீங்கள் எதிர்கால இந்தியாவின் கட்டடக்கலைஞர்கள். எனவே, உங்கள் கட்டடங்களுக்கு உத்வேகமாக நமது இந்திய மாம்பழ பாணி கட்டடக்கலையை பயன்படுத்துவீர்கள் என்று நம்புகிறேன்.

ஒரு மகிழ்ச்சியான கிறிஸ்துமஸ் மற்றும் அற்புதமான புத்தாண்டு நல்வாழ்த்துகள்.

இப்படிக்கு,
லாரி பேக்கர்

நிஷா சத்தியசீலன்
தமிழாக்கம்

கட்டடக்கலைஞர். கவிதாயினி. கலையின் பல்வேறு ஊடகங்களை பதம் பார்க்க விரும்பும் இவரை, மாவிலையின் பல்திறன் படைத்த குயில் எனலாம். பயணிப்பதும், படம் பிடிப்பதும், அழகான தமிழில் கவிதைகள் எழுதுவதும் இவருக்கு கை வந்த கலையாகும்.

அறிவுக்கரசி மணிவண்ணன்
மெய்ப்புப் பார்த்தல்

கட்டடக்கலைஞர். கவிதாயினி. துளிரும் மொழிபெயர்ப்பாளர். எழுத்தில் மாய வித்தைகளை அவ்வப்போது வெளிப்படுத்தும் வித்தைக்காரர். தனது எழுதுகோலில் இருந்து சொற்களை சரளமான வரிகளாய்க் கோர்க்கும் பல்திறன் வாய்ந்த எழுத்தாளர்.

ச. மணிவண்ணன்
மெய்ப்புப் பார்த்தல்

பொறியாளர் (பணி ஓய்வு), பெல் நிறுவனம், திருச்சி. தமிழ்ப் பற்றாளர். பேச்சாளர் மற்றும் எழுத்தாளர். நேர்மறை சிந்தனையாளர். அகவை அறுபதிலும் அயராது பயணிக்கும் இவர், தன் வசம் வரும் புதிய கருத்துகளையும், கொள்கைகளையும் ஆதரித்து வருபவர்.

கௌஷிக் ஸ்ரீநிவாஸ்
புத்தக வடிவமைப்பு & ஒருங்கிணைப்பு

கட்டடக்கலைஞர். மாவிலையின் விதை. நையாண்டியிலும் நக்கலிலும் நாயகர். கண்ணைக் கவரும் வரைகலைகளை உருவாக்கும் ஒப்பற்ற வரைகலைஞர். மாவிலையின் உயிரோட்டத்திற்கு அயராது உழைப்பவர்.

ஆசிரியர் லாரி பேக்கர்

லாரி பேக்கர் எனும் லாரன்ஸ் வில்ஃப்ரட் பேக்கர் ஒரு கட்டடக்கலைஞர், வரிவடிவக் கலைஞர் மற்றும் மனிதநேயவாதி ஆவார். மகாத்மா காந்தியை சந்தித்த பிறகு, அவர் கொள்கைகளால் பெரிதும் ஈர்க்கப்பட்ட லாரி பேக்கர், இந்தியாவிலேயே நிரந்தரமாக வசித்து பணிபுரிய துவங்கினார். 1970-களில் இருந்து, வளங்குன்றா மற்றும் பயன்செலவுக் கட்டடங்களை லாரி பேக்கர் கேரளாவில் கட்டி வந்தார். கேரளாவின் மறைந்த முன்னாள் முதலமைச்சரான C. அச்சுதா மேனன், பொருளாதார நிபுணரான K.N. ராஜ் மற்றும் லாரி பேக்கர் ஆகிய மூவரும் இணைந்து COSTFORD (Centre of Science and Technology for Rural Development) எனும் அமைப்பினை 1985-ல் நிறுவினர். அனைவருக்கும் வீட்டு வசதி வேண்டும் என்ற தனது கருத்தைக் கொண்டு, எளிய வீடுகள் அமைப்பதைப் பற்றி பல நூல்களை படைத்தார் லாரி பேக்கர். 2007-ஆம் ஆண்டில் மறைந்த லாரி பேக்கர், இறுதிவரை ஒரு எளிமையான வாழ்க்கையையே வாழ்ந்து வந்தார். இந்நாள் வரை லாரி பேக்கர் விட்டுச் சென்ற மரபை, செயல்முறை வழியில் COSTFORD அமைப்பும், கல்வி வழியில் LBC அமைப்பும் (Laurie Baker Centre for Habitat Studies) தலைமுறை தலைமுறையாக நிலைநாட்டி வருகின்றனர்.